ಯಶೋಃಗೀತ

ಯಶಸ್ ರಮೇಶ್

ISBN 978-93-5610-799-1
© Yashas Ramesh 2022
Published in India 2022 by Pencil

A brand of
One Point Six Technologies Pvt. Ltd.
123, Building J2, Shram Seva Premises,
Wadala Truck Terminal, Wadala (E)
Mumbai 400037, Maharashtra, INDIA
E connect@thepencilapp.com
W www.thepencilapp.com

Author biography

ಶ್ರೀಯುತ ಯಶಸ್ ರಮೇಶ್ ರವರು ದಿನಾಂಕ ಏಪ್ರಿಲ್ 03,2002ರಂದು ಮೈಸೂರು ನಗರದಲ್ಲಿ ಶ್ರೀಮತಿ ಸಂಧ್ಯಾ ಹಾಗೂ ಶ್ರೀ ರಮೇಶ್‌ರವರ ದಂಪತಿಗಳಿಗೆ ಜನಿಸಿರುತ್ತಾರೆ. ಇವರು ಸಾಹಿತ್ಯ ಲೋಕದಲ್ಲಿ ಮೇ 2021ರಿಂದ ಐದು ಕೃತಿಗಳನ್ನು ಬರೆಯುವ ಮೂಲಕ ತನ್ನ ಬರವಣಿಗೆ ಕೌಶಲಗಳನ್ನು ಪ್ರಸ್ತುತ ಪಡಿಸಿದ್ದಾರೆ. ಪ್ರಸ್ತುತ ಸಮಯದಲ್ಲಿ ಯಶಸ್‌ರವರು ತಮ್ಮ ಬಿ.ಕಾಂ ಪದವಿಯನ್ನು ಮೈಸೂರಿನ ವಿಜಯನಗರದ ದೇವಲ ಮಹರ್ಷಿ ಟ್ರಿನಿಟಿ ಪದವಿ ಕಾಲೇಜಿನಲ್ಲಿ ವ್ಯಾಸಾಂಗ ಮಾಡುತ್ತಾ, ಇಂಜಿನಿಯರಿಂಗ್ ಪದವಿಯನ್ನು ನಗರದ ಹೊರ ವರ್ತುಲದಲ್ಲಿರುವ ಖಾಸಗಿ ಕಾಲೇಜಿನಲ್ಲಿ ಸಮನಾಗಿ ವ್ಯಾಸಾಂಗ ಮಾಡುತ್ತಿದ್ದಾರೆ.

ಇವರು ವರ್ತಮಾನದಲ್ಲಿ ತಮ್ಮ ಓದಿನ ಜೊತೆ ಅಮೆರಿಕಾ ರಾಷ್ಟ್ರದ ಸರ್ಕಾರಿ ಸಂಸ್ಥೆಯಾದ ನಾಸಾ (NASA) (ಬಾಹ್ಯಾಕಾಶ ಮತ್ತು ಅಂತರಿಕ್ಷ ಸಂಶೋಧನೆ) ದಲ್ಲಿ, ತಾತ್ಕಾಲಿಕವಾಗಿ ಇಂಟರ್ನ್‌ಶಿಪ್ ಮಾದರಿಯಲ್ಲಿ ಕೆಲಸ ಮಾಡುತ್ತಿದ್ದಾರೆ. ಇವರು ಸಾಕಷ್ಟು ಉಪಗ್ರಹ ಮಿಷನ್‌ಗಳಲ್ಲಿ ಸಂಪರ್ಕ ವಿಭಾಗದ ಮುಖ್ಯಸ್ಥರಾಗಿ ಕಾರ್ಯ ನಿರ್ವಹಿಸಿದ್ದಾರೆ.

ಇವರಿಗೆ ದಿನಾಂಕ 06.03.2021ರಂದು ಟ್ರಿನಿಟಿ ಪದವಿ ಕಾಲೇಜು ಆಡಳಿತವು 'ಯಂಗ್ ಮೈಂಡ್' (ಯುವ ಜ್ಞಾನಿ) ಎಂಬ ಬಿರುದನ್ನು

ಪ್ರಧಾನಿಸಿದೆ. ದಿನಾಂಕ 01.08.2021ರಂದು ಭಾರತ ಸರ್ಕಾರದಿಂದ ಮಾನ್ಯತೆ ಪಡೆದಿರುವ ಎರಡು ಖಾಸಗಿ ಉದ್ದಿಮೆಗಳು ಇವರ ಸಾಹಿತ್ಯ ಹಾಗೂ ಇತರೆ ಪರಿಶ್ರಮ ಪರಿಗಣಿಸಿ "Indian Noble Awards" ಹಾಗೂ "Golden Arc Awards"ನಲ್ಲಿ ಟಾಪ್ 50 ಪ್ರಶಸ್ತಿ ವಿಜೇತರಲ್ಲಿ ಇವರನ್ನು 15ನೇ ಸ್ಥಾನದಲ್ಲಿ ಗೌರವ ಸೂಚಿಸುವ ಪುರಸ್ಕಾರ ನೀಡಲಾಗಿದೆ. ಅದರೊಂದಿಗೆ ಇವರ 'The Love Research' ಕಾದಂಬರಿಗೆ 'ಸಾಹಿತ್ಯ ರತ್ನ' ಬಿರುದು ಹಾಗೂ 'ರಬೀಂದ್ರನಾಥ್ ಟ್ಯಾಗೋರ್ ಸಾಹಿತ್ಯ ಮತ್ತು ಕಲೆ' ಪ್ರಶಸ್ತಿಗಳನ್ನು ಎಲೈಟ್ ಬುಕ್ ಅವಾರ್ಡ್ಸ್ ಎಂಬ ಸಂಸ್ಥೆಯಿಂದ ಲಭಿಸಿದೆ.

ಇವರಿಗೆ ಕಾದಂಬರಿ ಓದುವ ಹಾಗೂ ಬರೆಯುವ ಹವ್ಯಾಸದೊಂದಿಗೆ, ತಮ್ಮ ಕೀಬೋರ್ಡ್‌ನಲ್ಲಿ ಹೊಸ ರೀತಿಯ ಸಂಗೀತದ ರಚನೆ, ಸ್ಕೈಕ್ಲಿಂಗ್, ವೈಜ್ಞಾನಿಕ ಚಲನಚಿತ್ರಗಳ ವೀಕ್ಷಣೆ (Scince-Fiction) ಬೇರೆ ಭಾಷೆಗಳ ಕಲಿಯುವಿಕೆ ಮತ್ತು ಅಡುಗೆಯ ಹವ್ಯಾಸಗಳನ್ನು ತಮ್ಮ ಚಿಕ್ಕ ವಯಸ್ಸಿನಿಂದಲೇ ಬೆಳಸಿಕೊಂಡಿದ್ದಾರೆ.

CONTENTS

Epigraph

*"Poetry is when an emotion has found its thought and thought
has found its words"*

"ಭಾವನೆಯು ತನ್ನ ಆಲೋಚನೆಯನ್ನು
ಕಂಡುಕೊಂಡಾಗ ಮತ್ತು ಆಲೋಚನೆಯು ಅದರ
ಪದಗಳನ್ನು ಕಂಡುಕೊಂಡಾಗ ಕಾವ್ಯವಾಗುತ್ತದೆ"

-ರಾಬರ್ಟ್ ಫ್ರಾಸ್ಟ್, ಅಮೇರಿಕಾದ ಕವಿಗಳು

"ಸಾಹಿತ್ಯವು ಶ್ರೀಮಂತರಿಗೆ ಕಥೆಯನ್ನು ಕೊಟ್ಟರೆ,
ಬಡತನವು ಸಾಹಿತ್ಯಕ್ಕೆ ಕಥೆಯನ್ನು ಕೊಡುತ್ತದೆ"

-ಬೀchi, ಪ್ರಸಿದ್ಧ ಹಾಸ್ಯಗಾರರು

Preface

ಪ್ರಿಯ ಓದುಗರೆ,

ಮೊದಲಾಗಿ ನಾನು ನನ್ನ ಓದುಗ ಮಿತ್ರರಿಗೆ ಹೃತ್ಪೂರ್ವಕವಾಗಿ ಧನ್ಯವಾದಗಳನ್ನು ಸಲ್ಲಿಸುತ್ತೇನೆ. ತಮ್ಮ ಪ್ರೋತ್ಸಾಹದಿಂದ ನಾನು ಐದು ಪುಸ್ತಕಗಳನ್ನು ಪ್ರಕಾಶಿಸಲು ಸಾಧ್ಯವಾಗಿದೆ. ತಮ್ಮ ನಿಸ್ಸಂಕ್ಷೇಪವಾದ, ನಿರ್ದಿಷ್ಟ ಅಭಿಪ್ರಾಯಗಳು ನನ್ನನ್ನು ಹುರಿದುಂಬಿಸಿವೆ ಹಾಗೂ ಮುಂದಿನ ಭವಿಷ್ಯದಲ್ಲಿಯೂ ಸಹ ಹೀಗೆ ನನ್ನ ಬರವಣಿಗೆಗೆ ತಾವು ಮುಖ್ಯ ಬೆನ್ನೆಲುಬು ಆಗಿರುತ್ತೀರಿ ಎಂದು ಆಶಿಸುತ್ತೇನೆ.

ನನ್ನ ಹಿಂದಿನ ಕಾದಂಬರಿಯಾದ 'The gist of Life: from 6 to 60 years' ಪುಸ್ತಕವು ಆಂಗ್ಲ ಭಾಷೆಯಲ್ಲಿ ಲಿಖಿತವಾದ ಪುಸ್ತಕವಾಗಿತ್ತು. ಆ ಕಾದಂಬರಿಯ ಕಥಾವಸ್ತುವು ದಕ್ಷಿಣ ಭಾರತದ ಬಹು ಜನಪ್ರಿಯ ನಟರಾದ ಸೂಪರ್‌ಸ್ಟಾರ್ ಶ್ರೀ ರಜನೀಕಾಂತ್‌ರವರ ತಮಿಳು ಭಾಷೆಯ ಸಿನಿಮಾ "ಆರುಲಿರುಂದು ಅರುಬತು ವರೈ" (ಆರರಿಂದ ಅರವತ್ತವರೆಗೆ)ಯಿಂದ ಆರಿಸಲಾಗಿತ್ತು. ಆ ಕಾದಂಬರಿಯಲ್ಲಿ ಲಕ್ಷ್ಮಣ ಎಂಬ ವ್ಯಕ್ತಿಯು ಹೇಗೆ ತನ್ನ ಎಲ್ಲಾ ಸುಖ-ಸಂಪತ್ತುಗಳನ್ನು ತೊರೆದು ತನ್ನ

ಮೂರು ಜನ ಒಡಹುಟ್ಟಿದವರಿಗೆ ಯಾವುದೇ ಕಷ್ಟ ಬರದ ಹಾಗೆ ನೋಡಿಕೊಳ್ಳುತ್ತಾನೆ. ಆದರೆ, ಕಾಲ ಮುನ್ನಡೆದಂತೆ ಅದೇ ಮೂರು ಜನರು ತನ್ನ ಅಣ್ಣನ ಆರ್ಥಿಕ ಪರಿಸ್ಥಿತಿಯನ್ನು ಕಂಡು ಅಸಹ್ಯ ಉಂಟಾಗಿ ಅವನನ್ನು ದೂರವಿಡುತ್ತಾರೆ. ಸಮಯ ಸಂದರ್ಭ ಬದಲಾದಂತೆ ಲಕ್ಷ್ಮಣನ

ಪರಿಸ್ಥಿತಿ ಸುಧಾರಿಸಿ, ಅವನಿಗೆ ಸಮಾಜದಲ್ಲಿ ಗೌರವ ಸಿಗಲು ಪ್ರಾರಂಭವಾದಾಗ ಮತ್ತೆ ಅವನ ಒಡಹುಟ್ಟಿದವರು ತನ್ನ ಬಳಿಗೆ ಓಡೋಡಿ ಬರುತ್ತಾರೆ. ಈ ಕಥೆಯ ಮೂಲಕ ನಮಗೆ, "ಜೀವನದಲ್ಲಿ ಯಾವುದು ಕೂಡ ಶಾಶ್ವತವಲ್ಲ; ರಕ್ತ ಸಂಬಂಧಗಳು ಕೂಡ. ಎಲ್ಲಿ ಹಣ, ಗೌರವ, ಮರ್ಯಾದೆ ಇರುತ್ತದೋ, ಅಲ್ಲಿ ಸಂಬಂಧಗಳು, ಜನರು ಇರುತ್ತಾರೆ. ಈಗಿನ ಕಾಲದಲ್ಲಿ ಎಲ್ಲಾ ರೀತಿಯ ಸಂಬಂಧಗಳು ಧನ, ಮರ್ಯಾದೆ, ಆಸ್ತಿ ಎಂಬ ಕೃತಕ ಕಂಬಗಳ ಮೇಲೆ ನಿಂತಿವೆ' ಎಂಬ ಸಂದೇಶ ನೀಡುತ್ತದೆ.

ಪ್ರಸ್ತುತ ಪುಸ್ತಕವು ನನ್ನ ಬಾಲ್ಯದಿಂದ ಈಗಿನವರೆಗೆ ಬರೆದಿರುವ ಎಲ್ಲಾ ಕವಿತೆಗಳ ಸಂಗ್ರಹದ ಜೊತೆಗೆ ಕೆಲವು ಸಣ್ಣಪುಟ್ಟ ಸ್ವಾರಸ್ಯಕರ ಒಗಟುಗಳಿಂದ ಕೂಡಿರುತ್ತದೆ. ವೈಯಕ್ತಿಕವಾಗಿ ಹೇಳಬೇಕೆಂದರೆ, ನಾನು ಹೆಚ್ಚು ಕವಿತೆಗಳು ಬರೆಯುವುದಿಲ್ಲ. ಏಕೆಂದರೆ ಒಂದು ಕವಿತೆ ಅಥವಾ ಕವನ ಬರೆಯಲು ಪದಗಳ ನಿರ್ದಿಷ್ಟತೆ ಹಾಗೂ ಪ್ರಾಸಬದ್ಧತೆಗಳಿರಬೇಕು. ಇವುಗಳ ಜೊತೆಗೆ ಇನ್ನೂ ಹಲವಾರು ನನಗೆ ತಿಳಿದಿಲ್ಲದಿರುವ ಅಂಶಗಳು ಇವೆ. ಈ ಪುಸ್ತಕದಲ್ಲಿ ಬರೆದಿರುವ ' ಕವನ' ಗಳು, ಕೇವಲ ನನ್ನ ಬಿಡುವಿನ ಸಮಯದಲ್ಲಿ ಬರೆದ ಕೆಲವು ಪ್ರಾಯೋಗಿಕ ಲೇಖನಗಳಾಗಿರುತ್ತದೆ. ಏನಾದರೂ ತಪ್ಪು ಕಂಡುಬಂದಲ್ಲಿ, ನಾನು ಓದುಗ ಮಿತ್ರರಲ್ಲಿ ಕ್ಷಮೆಯಾಚಿಸುತ್ತೇನೆ. ಪ್ರತಿಯೊಂದು ಕವಿತೆಯು ಒಂದೊಂದು ಸನ್ನಿವೇಶವನ್ನು ಬಿತ್ತರಿಸುತ್ತದೆ. ಕೆಲವು ದೇಶಾಭಿಮಾನದ ಬಗ್ಗೆ ವಿವರಿಸಿದರೆ, ಇನ್ನೂ ಕೆಲವು ಗುರುಭಕ್ತಿ, ಏಕಾಂತತೆ, ನೋವಿನಲ್ಲಿ ಮೂಡಿದ

ಮಾತು ಹಾಗೂ ಇನ್ನೂ ಕೆಲವು ಒಮ್ಮೆ ಎಂದೋ ಮೂಡಿ ಮಾಸಿಹೋಗಿರುವ ಪ್ರೀತಿಯ ಬಗ್ಗೆ ಒಂದು ವಿಭಿನ್ನ ಚಿತ್ರಣ ನೀಡುತ್ತದೆ. ಮನದಾಳದಿಂದ ಹೇಳಬೇಕೆಂದರೆ, ನನಗೆ ಹಣ, ಸಂಪತ್ತು ಮತ್ತು ಇತರೆ ಮೌಲ್ಯಾಧಾರಿತ ವಸ್ತುಗಳ ಮೇಲೆ ಹೆಚ್ಚು ಆಸೆಯಿಲ್ಲ. ನನಗೆ ನನ್ನ ಬರವಣಿಗೆಯೇ ಆಸ್ತಿ-ಅಂತಸ್ತು ಎಲ್ಲಾ ಆಗಿರುತ್ತದೆ. ಕೊನೆಯುಸಿರು ಇರುವವರೆಗೂ ನಾನು ಈ ಆಸ್ತಿಯನ್ನು ಜೋಪಾನವಾಗಿ ಕಾಪಾಡಿಕೊಂಡು

ನಿಮಗೂ ಕೆಲವೊಮ್ಮೆ ತುಣುಕುಗಳನ್ನು ನೀಡಿ ನನ್ನ ಜೀವನವನ್ನು ಕಳೆಯಬೇಕೆಂದುಕೊಂಡಿದ್ದೇನೆ.

ಕೊನೆಯದಾಗಿ ಇಲ್ಲಿ ಬರೆದಿರುವ ಕವಿತೆಗಳು ಸಂಪೂರ್ಣ ಕಾಲ್ಪನಿಕವಾದದ್ದು ಯಾವುದೇ ರೀತಿಯ ಸಮಾಜ, ಜನಾಂಗ, ವ್ಯಕ್ತಿ ಜೀವಿತ ಅಥವಾ ಮೃತ ಸಂಬಂಧಗಳಿಗೆ ಹಾಗೂ ಅವರ ಭಾವನೆಗಳಿಗೆ ಧಕ್ಕ ಉಂಟು ಮಾಡುವ ಉದ್ದೇಶವಿರುವುದಿಲ್ಲ. ಕವಿತೆಗಳಲ್ಲಿ ಬರುವ ನಿಜ ಜೀವನದ ಸ್ಥಳಗಳನ್ನು ಉಲ್ಲೇಖಿಸಿರುವುದು ಸಂಪೂರ್ಣ ಕಾಕತಾಳೀಯವಾಗಿರುತ್ತದೆ. ನನ್ನ ಈ ಆರನೇ ರಚನೆ ತಮ್ಮ ಮನಸ್ಸಿಗೆ ಒಂದು ರೀತಿಯ ಖುಷಿಯನ್ನು ನೀಡುತ್ತದೆ ಎಂದು ಉಪೇಕ್ಷಿಸುತ್ತೇನೆ.

-ಯಶಸ್ ರಮೇಶ್

25.06.2022

Acknowledgements

ಮೊದಲನೇಯದಾಗಿ ಈ ಪುಸ್ತಕವನ್ನು ನಾನು ನನ್ನ ಆತ್ಮೀಯ ಗೆಳತಿಯಾದ **ಐಶ್ವರ್ಯಾರವರಿಗೆ** ಸಮರ್ಪಿಸುತ್ತೇನೆ. *"I am really lucky to have you as my best friend"* ನಿಮ್ಮ ಸ್ನೇಹ ಪಡೆಯುವುದಕ್ಕೆ ನಾನು ಸದಾ ಚಿರನುಡಿಯಾಗಿರುತ್ತೇನೆ. ನಿಜವಾಗಲೂ ನಿಮ್ಮಿಂದ ನಾನು ಸಾಕಷ್ಟು ಕಲಿತಿದ್ದೇನೆ, ಕಲಿಯುತ್ತಿದ್ದೇನೆ. ನೀವು ಸದಾಕಾಲ ನನ್ನ ಮನದಾಳದಲ್ಲಿ ಇರುತ್ತೀರಿ. ನಮ್ಮ ಸ್ನೇಹ ಹೀಗೆ ಎಷ್ಟೇ ಅಡೆತಡೆಗಳು ಬಂದರೂ ಸಹ ಶಾಶ್ವತವಾಗಿ ಉಳಿಯಲಿ ಎಂದು ನಾನು ಆ ದೇವರಲ್ಲಿ ಪ್ರಾರ್ಥಿಸುತ್ತೇನೆ. ನನ್ನ ಲೇಖನಗಳಿಗೆ ನೀವು ಸದಾ ಪ್ರೇರಣೆರಾಗಿರುತ್ತೀರಿ.

ಎರಡನೇಯದಾಗಿ ನಾನು ಈ ರಚನೆಯನ್ನು ನನ್ನ ಆರಾಧ್ಯದೈವವವಾದ ಆಂಧ್ರ ಪ್ರದೇಶದ ಕರ್ನೂಲು ಜಿಲ್ಲೆಯ ಪುಣ್ಯಭೂಮಿಯಾದ ಮಂತ್ರಾಲಯದಲ್ಲಿ ನೆಲೆಸಿರುವ **ಶ್ರೀ ಗುರು ರಾಘವೇಂದ್ರ ಸ್ವಾಮಿಗಳಿಗೆ** ಸಮರ್ಪಿಸುತ್ತೇನೆ. ತಮ್ಮ ದೈವಾಶ್ರಯ ಹಾಗೂ ಸೂಕ್ಷ್ಮ ಸೂಚನೆಗಳಿಂದ ನನ್ನ ಜೀವನದಲ್ಲಿ ಮೂಡಿದ ಗೊಂದಲಗಳನ್ನು ಸುಲಭವಾಗಿ ಬಗೆಹರಿದಿದೆ. ನನ್ನ ಕೊನೆಯುಸಿರಿರುವರೆಗೂ ನಾನು ತಮ್ಮ ಸೇವೆಯಲ್ಲಿ

ತೊಡಗಿಸಿಕೊಳ್ಳುವಂತೆ ನನಗೆ ಶಕ್ತಿ ನೀಡಿ ಎಂದು ಬೇಡಿಕೊಳ್ಳುತ್ತೇನೆ.

ಮೂರನೇಯದಾಗಿ ನಾನು ಈ ಪುಸ್ತಕವನ್ನು ನಾನು ಪ್ರಸ್ತುತ ಬಿ.ಕಾಂ ಓದುತ್ತಿರುವ ಶಿಕ್ಷಣ ಸಂಸ್ಥೆಯಾದ **ಡಿ.ಎಂ. ಟ್ರಿನಿಟಿ ಪದವಿ ಕಾಲೇಜು, ವಿಜಯನಗರ 3ನೇ ಹಂತ, ಮೈಸೂರುಹಾಗೂ** ನನ್ನ ಕವನ ಸಂಕಲನವನ್ನು ಪ್ರಕಾಶಿಸಲು ಸ್ವೀಕರಿಸಿದ **ದಿ ಪೆನ್ಸಿಲ್ ಪಬ್ಲಿಕೇಶನ್ಸ್** ರವರಿಗೆ ಹೃತ್ಪೂರ್ವಕವಾಗಿ ಧನ್ಯವಾದಗಳನ್ನು ಸೂಚಿಸುತ್ತೇನೆ.

ಕೊನೆಯದಾಗಿ ನನ್ನ ಲೇಖನಗಳಿಗೆ ಬೆಂಬಲ ನೀಡುತ್ತಿರುವ, ಪ್ರೋತ್ಸಾಹಿಸುತ್ತಿರುವ ಓದುಗ ಮಿತ್ರರಿಗೆ ನಾನು ಧನ್ಯವಾದಗಳನ್ನು ಸೂಚಿಸುತ್ತೇನೆ.

ಪುಸ್ತಕ ಮತ್ತು ಚೂರಿ

ಹೇಗೆ ಪುಸ್ತಕವೊಂದು
ಚೂರಿಯಾಗುತ್ತದೆ
ಹಾಗೂ ಇಳಿಯುತ್ತದೆ
ಕರುಳ ಬಳ್ಳಿಯೊಳಗೆ.

ಹೇಗೆ ಚೂರಿಯೊಂದು
ಪುಸ್ತಕವಾಗುತ್ತದೆ
ಹಾಗೂ ಇಳಿಯುತ್ತದೆ
ಮೆದುಳ ತಳಗಳಲಿ....

ಯಾವ ಪುಸ್ತಕ
ಚೂರಿಯ ವಿರುದ್ಧವಾಗಿ
ತನ್ನ ಪುಟಗಳನ್ನು
ಬಡಿದೆಬ್ಬಿಸುತ್ತದೆ.

ಯಾವ ಚೂರಿಯು
ಪಸ್ತದ ಪುಟಗಳ
ಕತ್ತರಿಸಲು ಹೊಂಚು
ಹಾಕುತ್ತದೆ.

ಯಾರು ಹೇಳಬಲ್ಲರು

ಇದೆಲ್ಲ ನಿನಗೆ
ಯಾರು ಉಳಿಸಬಲ್ಲರು ನಿನ್ನ
ಈ ಪುಸ್ತಕದಿಂದ
ಆ ಚೂರಿಯಿಂದ

ಕೊನೆಗೆ ನೀನು
ಯಾವುದರಿಂದ ಕಲಿಯುವೆ
ಪುಸ್ತಕದಿಂದಲೋ
ಅಥವಾ ಚೂರಿಯಿಂದಲೋ....

ಪರಿಸರ ಪರಿಣಾಮ

ಎಂದಿಗಿಂತ ಇಂದು ಭೂಮಿ
ತಾಪಮಾನ ಹೆಚ್ಚಿದೆ;
ಹಸಿರಿನ ಸಿರಿ ವನ್ಯಧಾಮ
ಬೋಳು ಬೋಳಾಗಿದೆ!

ಗಿರಿ ದರಿ ಹಿರಿ ಗೋಮಾಳ
ಒತ್ತುವರಿಯಾಗಿದೆ;
ದಿಗಂತದಲ್ಲಿ ಓಜೋನ್ ಪದರ
ಹಾಳಾಗಿ ಹೋಗಿದೆ!

ಅಂಟಾರ್ಟಿಕ ಮಂಜಿನ ವಲಯ
ದಿನೇ ದಿನೇ ಕರಗುತ್ತಿದೆ;
ಏಕೋ ಏನೋ ಋತುಮಾನಗಳು
ಪೂರಾ ಬದಲಾಗುತ್ತಿವೆ!

ಕಡಲಿನ ಅಲೆ ಅಲೆ ಅಲೆ
ಎತ್ತರೆತ್ತರ ಜಿಗಿದಿದೆ;
ಅನಿರೀಕ್ಷಿತ ಸುನಾಮಿ ಅಲೆ
ಅಪ್ಪಳಿಸಿ ಕಂಗೆಡಿಸಿದೆ!

ಏನಾದರೂ ನವ ಮಾನವಗೆ

ಬುದ್ಧಿಯೇ ಬರದಾಗಿದೆ
ಪರಿಣಾಮವು ಕಾದಿದೆ!

20

ಬುದ್ಧಿಯೇ ಬರದಾಗಿದೆ
ಪರಿಣಾಮವು ಕಾದಿದೆ!

ಅಲೆಮಾರಿ

ಚಾರಣಕ್ಕೆ ಮನಕೊಟ್ಟವನು
ಅನುಭವದ ಹೂರಣವ ಬಯಸಿದವನು
ಕಾರಣವಿರದೆ ಕಾರ್ಯ ಮಾಡದವನು
ತೋರಣವಿದ್ದಲ್ಲಿ ಶರಣೆನುವನು
ಜೀವನ ರ್ಝುರಿ ಇದ್ದಲ್ಲಿ
ಕಹಿಸಿಹಿಯ ಜಲದಿ ಮಿಂದು
ಕವನ ಕಟ್ಟುವವನು
ಕಾವ್ಯಕ್ಕೆ ಹೃದಯ ತೆತ್ತವನು.
ದೇಶ ದೇಶ ತಿರುಗಿ
ಅನುಭವದ ಹಣ್ಣು ತಿಂದವನು
ಅಲೆಮಾರಿ!

ಕಾವ್ಯೋದಾನ ರೂವಾರಿ
ರಾಗರಂಗಿನ ಸಂಚಾರಿ
ಕಷ್ಟಗಳ ಘಟ್ಟ ಬೆಟ್ಟ ಹತ್ತಿ
ಮಣ್ಣಿನ ವಾಸನೆ ಹೀರಿ
ನುಡಿ ನುಡಿಯಲಿ ದೇಸಿ
ಅವರ ಸೋಗಡ ಬೇರಿ
ಬ್ರಹ್ಮಾಂಡದಲಿ ಸೂರ್ಯಕಾಂತಿ

ನೆನಪಿನ ಭೂತ

ಮನದ ತುಂಬ ನೀಳ ನೀಳ
ಬೆಳೆದ ಹುತ್ತದ ಉದ್ದ ಅಗಲ!

ಕಲಕಿದೆ ಆಳದ ಅಂತರಾಳ
ಮಿಡುಕಿದೆ ಹೃದಯದ ಎಡ-ಬಲ!

ಯಾವ ಫಳಿಗೆ ಯಾವ ಭಾವವೋ
ಯಾರ ಎದೆಗೆ ಎಂಥ ಶೂಲವೋ!

ಚಿತ್ತ ಹೊಕ್ಕ ಅಂಜಿಕೆ ಬಿತ್ತ
ಅತ್ತ ಇತ್ತ ಉಸಿರ ಕಲುಕುತ್ತಾ

ಮಿಡುಕಿದೆ ಒಳಗಿ ಮಿಡುಕದ ಜೀವ
ನೆನಪಿನ ಭೂತ ಭುಗಿಲೆದ್ದ ಭಾವ!

ಮಕ್ಕಳಿವರೇನಮ್ಮ

ಹೆರುವಾಗ ಕರುಳ ಕುಡಿ
ಹೆತ್ತ ಮೇಲೆ ಬೆಂಕಿ ಕಿಡಿ
ಬೆಳೆತಾಗ ಕಂದ ಮಿಡಿ
ಬಲಿತಾಗ ಸಿಡಿ-ಮಿಡಿ!

ಮಕ್ಕಳಿವರೇನಮ್ಮ ಮಕ್ಕಳು?

ತಾಯಿಯ ಒಡಲಿಗೆ ಹೊಟ್ಟೆಕಿಚ್ಚು ಕಾನು.

ಮಕ್ಕಳಿವರೇನಮ್ಮ ಮಕ್ಕಳು?

ಬಾಳ ಕನಸಿಗೆ ಬಿದ್ದ ಉರಿವ ಭಾನು!
ಕಾಯಿಲೆ ಬಂದಾಗ ಏನೆಲ್ಲಾ
ಸಲಹಿದೆ ನೀನು?
ರೆಕ್ಕೆ ಬಲಿತ ಮೇಲೆ-ದೂರ
ಸೇರಿವೆ ಭಾನು

ಮಕ್ಕಳಿವರೇನಮ್ಮ ಮಕ್ಕಳು?
ನಿತ್ಯ ನೀಡಿವೆ ತಾಯ್ಗೆ ಬಿಸಿಯ ಕಣ್ಣೀರು.

ಅನ್ವೇಷಣೆ

ಆಂತರ್ಯದ ಆಳದ ಅನ್ವೇಷಣೆಯ ಪಥದಲ್ಲಿ
ಅನವರತ ಒಳಿತು ಕೆಡುಕುಗಳ ಪ್ರಜ್ಞೆ ಕಾಡುತಿಹುದು.
ಅಜ್ಞಾನವು ಆವರಿಸುತ ಅಹಂ
ದಿನೇ ದಿನೇ ಬೆಳೆಯಲು
ಅರಿವಿನಡೆಗೆ ನಡೆಯಲು
ಅಡೆತಡೆಯಾಗುತಿಹುದು.

ದ್ವೈತ ಅದ್ವೈತ ಸಿದ್ಧಾಂತಗಳ ನಡುವೆ ಪೈಪೋಟಿ
ದ್ವಂದ್ವದಲ್ಲಿ ದಾರಿ ಸವೆಸುತಿದೆ
ಗುರಿಯ ನೆಲೆ ಹುಡುಕಿ
ದೃಷ್ಟಾಂತಗಳು ಉಪದೇಶಗಳು
ಪಯಣಕೆ ದಿಕ್ಸೂಚಿ.
ಧೃತಿಗೆಡದೆ ನಡೆಯಲು ಮನದ
ತುಮುಲಗಳು ಅಡ್ಡಹಾಕಿ.

ಕ್ಷುಲಕ ಸುಖ ಭೋಗಗಳಲಿ
ಮತಿ ಲೀನವಾಗುತಿದೆ.
ಕ್ಷಮೆಗೆ ಅರ್ಹನಲ್ಲವೆನಿಸುತಿದೆ
ಬದಲಾಗದಿದ್ದೊಡೆ,
ಕಡುಲೋಭಿಯಾಗಿ
ಭಯ ಪಡುತ ಬಿಡದಿಡೆ ವ್ಯಸನ

ಕ್ಷೋಭೆಗೆ ಒಳಗಾಗಿ ಈ ಬದುಕು
ಸ್ತಬ್ಧವಾಗುತ್ತಿದೆ.

ವಿಚಾರಗಳ ಸಮಸ್ಯೆಗಳ ಸುಳಿಯಲಿ
ಸಿಲುಕದಿರಲು
ವಿಭಜಿಸು ದುರ್ಗುಣ ದಾಸ್ಯಗಳನ್ನು
ಪರಾಮರ್ಶಿಸಿ
ವಿವೇಕದಿ ಇಂದ್ರಿಯಗಳ
ವಿವೇಕನಾಗಿ ನಿತ್ಯಸಾಧನೆಗೈಯಲು
ಸಹಕರಿಸು.

ಅಜಾಗರೂಕತೆಯಿಂದ ಅವಿವೇಕಿ ಆಗದಂತೆ
ಆಂತರಿಕ ಸಂವೇದನೆಗಳು ಸಹಜ ಸ್ಥಿತಿಗೆ ಬರಲು
ಅನ್ಯನಾನಾಗದಂತೆ ಅನುಗ್ರಹಿಸು ಅನ್ನದಾನಿ
' ಅಜಾತ' ಅನುಗಾಲ ಆಂತರ್ಯದಿ
ಸದಾಕಾಲ ನೆಲೆಸುವಂತೆ.

ಬಿದಿರು

ಬೆಳೆಯುವೆ ಮರದ ರೀತಿ
ನಾನೂ ಹುಲ್ಲಿನ ಜಾತಿ
ಮಕ್ಕಳ ಆಟಿಕೆಗೆ ಹತ್ತುವ ಏಣಿಗೆ
ಮನೆ ಕಟ್ಟಲು ನಾ ಸಂಗಾತಿ

ಬೀಸಣಿಗೆ ಮೊರ ಬುಟ್ಟಿ ಕೊಳಲಿಗೆ ಬೇಕು
ಬಹು ಉಪಯೋಗಿ ನಾನು
ಹೆಣವನು ಎತ್ತಲು ಚಟ್ಟಕೆ ಬೇಕು
ಹೋರಾಡಲು ಆಯುಧವಾಗುವೆನು

ಬೆಳೆಯುವೆ ಏರುವೆ ಮೇಲಕೆ ಎತ್ತರ
ನಾ ಕೀರ್ತಿಗೂ ಹಾಗೆಯೆ ಹತ್ತಿರ
ನಾನ್ ಯಾರೆಂದು ಕೇಳಲು ನೀವು
ಹೇಳುವೆ ಬಿದಿರೆಂದು ಉತ್ತರ.

ನಾನು ನದಿ

ನಾನು ನದಿ
ಗಂಗೆ ತುಂಗೆ ಭದ್ರೆ ಕಾವೇರಿ
ನನ್ನ ಹೆಸರು.
   ಹರಿಯುವುದಷ್ಟೇ ನನ್ನ ಗುರಿ
   ದಿಕ್ಕು ತಪ್ಪುವಂತಿಲ್ಲ
   ಪಾತ್ರ ಬದಲಿಸುವಂತಿಲ್ಲ
   ಹರಿಯದೆ ನಿಲ್ಲುವಂತಿಲ್ಲ
   ರಭಸವಾಗು ಉಕ್ಕುವಂತಿಲ್ಲ
   ಉಕ್ಕಿದರೂ ದಕ್ಕುವಂತಿಲ್ಲ

ನಾನು ನದಿ
   ಹರಿಯುತ್ತಲೇ ಇರುವೆ
   ಸೂರ್ಯ ಚಂದ್ರರಿರುವವರೆಗೆ
   ಶರಧಿಯ ಸೇರುವವರೆಗೆ
   ಬೇಕೆಂದಾಗ ಹರಿಯ ಬಿಡಲು
   ಸಾಕೆಂದಾಗ ಬಿಗಿ ಹಿಡಿಯಲು

ನಾನು ನದಿ,

   ಓಡುವಂತಿಲ್ಲ, ಓಡಿದರೂ

ಸಿಕ್ಕುವಂತಿರಬೇಕು ಬಯಕೆ

ಉಕ್ಕಿದಾಗಲೇ ಬೇಕು

ಪಾಪನಾಶಿನಿ, ಪುಣ್ಯರೂಪಿಣಿ

ವರಪ್ರದಾಯಿನಿ

ಈ ಬಿರುದಿಗಾಗಿಯೇ
ಹೆಬ್ಬಂಡೆಗೆ ಸಿಲುಕಿದರೂ
ಪ್ರಪಾತಕ್ಕೆ ಧುಮುಕಿದರೂ
ಭಗೀರಥ ಸೆಳೆದರೂ
ಹರನ ಜಟೆಯಲಿ ಬಿಗಿದರೂ
ಬತ್ತದೆ ಅಳಿಯದೆ
ಹರಿಯುವ ನದಿಯಾಗಿ
ಜೀವ ಸೆಲೆಯಾಗಿ.

ನೆಲದ ಅಳಲು

ನನ್ನೊಡಲ ಹಿಮದ ಹೂಗಳ ಮೇಲೆಕೆ ಬಿಸಿನೆತ್ತರಿನ
ಕೆಂಪನೆರಚುವ ವಿಕಟ ಚಿತ್ರಕಾರನೆ ಕೇಳು
ನಿನ್ನೆದೆಯ ದಾವಾಗ್ನಿಯಲಿ ಬೆಂದು,
ಕರಕಲಾಗಿವೆ ಕಣಿವೆಯ ಬಳ್ಳಿ.

ಬಾ ನನ್ನೆದೆಯ ಭಾವಗಂಗೆಯ

ಹಿಮದೊಡಲಿನಿಂದ.

ನಂದಿಸಿ, ಬೂದಿ ತೆಗೆದು ತೊಳೆದು ಹರಿದುಹೋಗು,

ಸಾರಿ ಹೇಳು ಜಗದಗಲ ಮುಗಿದಗಲ.

ಸಾಕು ನನ್ನೀ ನೆಲಕೆ ಬಿಸಿನೆತ್ತರಿನ ಸಿಂಚನ,

ಸಿದ್ಧಾಂತ, ಸಂಘರ್ಷ, ತರ್ಕ, ದೇಶ-ವಿದೇಶಗಳೆಂಬ

ಭಾವದುಬ್ಬರವಿರದ ಶಾಂತ ಕಡಲಿನ ಪ್ರೀತಿ ಬೇಕು ನನಗೆ.

ಹೋಗು ಝರಿಯಾಗಿ ಹರಿದು ತೊರೆಯಾಗಿ.
ಕೆಂಪಾಗದಿರು ಕನಲಿ ದೇಹಾತ್ಮನ ನೆತ್ತರ ಕೊಳೆಯಲ್ಲಿ,
ಶುಭ್ರ ಹಿಮವಾಗು, ಕರಗು ನದಿಯಾಗಿ.

ಹಸಿರ ತುಂಬಾ ಹಾದಿಗುಂಟ ಹರಿಯುತ್ತಿರು,
ಯುಗಯುಗವೂ ಮೌನವಾಗು.

ನನ್ನೊಡಲು   ಹಿಮದೊಳಗೆ   ಸೇರಿಹೋದ   ಆ
ಜೀವಾತ್ಮನಿಗೆ

ಚಿರನಿದ್ರೆಗೆ ಜಾರುವ ಮುನ್ನ

ತಣ್ಣನೆಯ ತೊಟ್ಟಿಲೊಳು ಜೋಗುಳವ ಹಾಡಿದ್ದೆ.

ಎಲ್ಲ ಒಂದೇ ಮಗುವೇ, ದೇಶ-ಧರ್ಮ,ತ್ಯಾಗ-ಸ್ವಾರ್ಥ

ಯಾವ ವೇಷದಿ, ಯಾವ ಭಾವದಿ ಚೆಲ್ಲಿದರೂ

ನೆತ್ತರೆಲ್ಲವೂ ಕೆಂಪೇ!

ಮತ್ತೆ ಬರುವೆಯಾ ನನ್ನೀ ಹಿಮದ ತೆಕ್ಕೆಗೆ?
ದೇಶಾಭಿಮಾನದ ಮಣವ ಹೊತ್ತು
ಬರುವರಿನ್ನಾರೋ ಧರ್ಮಾಭಿಮಾನದ ಭಲವ ಹೊತ್ತು
ನೀನು-ಅವನು ಕ್ರಿಮಿ-ಕೀಟ ಸಕಲಜೀವ ಜಾಲಕೂ
ನನ್ನ   ಹಿಮದೊಡಲಿನ   ಕಟ್ಟಿರುವ   ತಣ್ಣನೆಯ
ತೊಟ್ಟಿಲೊಂದು.

ಕಣಿವೆ ಹಾದಿ ತುಂಬ ರಕ್ತ ಚೆಲ್ಲಿದೆ

ಕಳೆದ ಜೀವದುಸಿರುಗಳ ಹಸಿಹಸಿ ನೆನಪುಗಳ ಕೆಸರು
ತುಂಬಿ

ನನ್ನೀ ನೆಲಕ್ಕಂಟಿದ ಬದುಕು ಬವಣೆಯಾಗಿದೆ.

ನಿರಹಂಕಾರಿ, ನಿರುಪದ್ರವಿ, ನಿರಭಿಮಾನಿ ಬಾನಾಡಿಯೇ
ನೀನಾದರೂ ಹೇಳು ಜಗಕೆ,
ಯುಗಯುಗಗಳಿಂದ ಗೂಡು ಕಟ್ಟಿರುವೆ ನನ್ನೀ ನೆಲದಲಿ
ಆಡಿರುವೆ, ಹಾಡಿರುವೆ ನನ್ನೀ ನೆಲದ ಬಾನಂಗಳದಲಿ,
ಕೊರಳು ಬಿಗಿಯಿತೆ, ಹಾಡು ಮುಗಿಯಿತೆ?
ಮುಗಿಲೆತ್ತರಕೆ   ಹಬ್ಬುತಿಹ   ಗಂಧಕದ   ಕಡು
ಕಮಟನಂಡು!?

ನಿರಹಂಕಾರಿ, ನಿರುಪದ್ರವಿ ಬಾನಾಡಿಯೇ.

ನೀನಾದರೂ ಹೇಳು ಜಗಕೆ

ಸಾಕು ನನ್ನೀ ನೆಲಕೆ ಬಿಸಿನೆತ್ತರಿನ ಸಿಂಚನ.

ಭಾವದುಬ್ಬರವಿರದ ಶಾಂತ ಕಡಲಿನ ಪ್ರೀತಿ ಬೇಕು ನನಗೆ!

ಕನ್ನಡಮ್ಮ ನಮ್ಮಮ್ಮ

ಕನ್ನಡಮ್ಮ ನಮ್ಮಮ್ಮ ಕೈಮುಗಿಯೋ ತಮ್ಮ
ಭೇಧ-ಭಾವ ಇಲ್ಲಿಲ್ಲ ಇದೇ ನಮ್ಮ ಧರ್ಮ
ಕೋಟಿ ಜನರ ಹೃದಯ ಮಿಡಿದ ನುಡಿಯಿದು
ಜಗದಲೆಲ್ಲ ಕಾಣಸಿಗದ ಹೊನ್ನ ಗುಡಿಯಿದು
ಕೃಷ್ಣ-ತುಂಗೆ ಭದ್ರೆಯರ ಜನನಿಯ ತನುಜಾತೆ
ಕಾವೇರಿ ಹರಿವಿಳಿಲ್ಲಿ ಈ ನಾಡ ಜೀವಮಾತೆ
ಬಾದಾಮಿ-ಐಹೊಳೆಗಳ ಶಿಲ್ಪಕಲೆಗಳ ಬೆಳಕು
ಬಸವಣ್ಣ ವಚನಗಳು ಕಟ್ಟಿವೆ ನವ ಬದುಕು
ಮಲೆನಾಡಲಿದೆ ಸದಾ ಹಚ್ಚ ಹಸಿರಿನ ಸೊಬಗು
ಜೋಗದ ಜಲಪಾತವು ಈ ನಾಡಿಗೆ ಮೆರುಗು.
ಋಷಿ-ಮುನಿಗಳ ಹಾರೈಕೆಯ ನಮಗೆಲ್ಲ ಶಕ್ತಿ
ಕರಗಳ ಜೋಡಿಸಿದರೆ ಮೆರೆವಿದೆಲ್ಲಿ ಶಕ್ತಿ
ಕರಗಳ ಜೋಡಿಸಿದರೆ ಮೆರೆವುದಿಲ್ಲಿ ಭಕ್ತಿ
ಸಹೃದಯರು ಕನ್ನಡಿಗರು ಅರಿಯುವರು ದ್ವೇಷ
ಹಂಪೆಯಲ್ಲಿ ನೆಲಸಿಹನು ನಾಡ ಪುರೆವ ಈಶ
ನಾಡಿಗಾಗಿ ದುಡಿಯೋಣ ಬಾ ಮುದ್ದು ಕಂದಾ
ನಾಡಸೇವೆ ಮಾಡುತಲಿ ಪಡೆಯೋಣ ಆನಂದ.

ವರುಣನ ಮುನಿಸು

ಧರೆಯಲಿ ಕುಡಿಯಲು ನೀರಿಲ್ಲ
ವರುಣ ಬೇಗ ಬಾ
ನಾಲ್ಕು ಹನಿಗಳ
ಚೆಲ್ಲಿ, ತುಂಬಲಿ
ನದಿ,ಹಳ್ಳ,ಕೊಳ್ಳ
ನೀಗಲಿ
ಜೀವರಾಶಿಯ ದಾಹದ ಬೇಗೆ
ಕಾಡೆಲ್ಲಾ ನಾಶವಾಗಿ
ಬೆಂಡಾಗಿದೆ
ನಾಡು, ಹಸಿರೆಲ್ಲಾ
ಬಿಸಿಯ ಉಸಿರೆಲ್ಲಾ
ಹೇಗೆ ಹರಿಸಲಿ ಮಳೆರಾಯ?
ಮರ, ಗಿಡ, ಬೆಳೆಸುವೆ
ಹಚ್ಚ ಹಸಿರ ಕಾಡು ಉಳಿಸುವೆ
ಮುನಿಸನು ಬಿಡು ಮಳೆರಾಯ
ಸುರಿಸು ಜೀವ ನೆಲವ.

ಗುರುವಿನ ರೂಪ

ಒಳಗಣ್ಣ ತೆರೆದು ನೋಡು
ಮಗುವಿನ ಮನದೊಳಗಿಳಿದು
ಬಟ್ಟ ಬಯಲಿದು ಮಗುವಿನ ಮನಸು
ಜ್ಞಾನ ನೀತಿ ಮೌಲ್ಯಗಳ ಬಿತ್ತಿ ಬೆಳೆಸು
ಜೀವಂತ ಗುರುವೆ ನೀನು
ಬದುಕಿನ ಭವಿಷ್ಯಕೆ ದಾರಿಯನು ತೋರು
ಧರಣಿಯ ತಣಿಸುವ ಮಳೆಯ ಹನಿಯೇ
ಅರಳಲಿ ಕನಸುಗಳ ಹೂಗಳು ಹಲವು.
ಪ್ರೀತಿ ಮಮತೆಯ ಮಡಿಲಾಗು
ಮಗುವೊಂದು ಜೀವ ನೀನಾಗು ಭಾವ
ಶಿಸ್ತು ಸಂಯಮ ಕೂಡಿದ ಕಲಿಕೆ
ಮೂಡಲಿ ಮನದಲಿ ಸಂತಸದ ಮೊಳಕೆ
ಅವರವರ ವೇಗಕೆ ಅವರವರ ಕಲಿಕೆ
ಬೇಡ ಶಿಕ್ಷೆ ನಿಂದನೆ ಹೋಲಿಕೆ
ಇರಲಿ ಪ್ರತಿ ಗಿಡಕೂ ಪ್ರಾಮಾಣಿಕ ಆರೈಕೆ
ಬೆಳೆದು ತೋರಲಿ ತಮ್ಮತನವ ಜಗಕೆ.

ರಾಜ್ಯೋತ್ಸವ

ಚಿಣ್ಣರೇ ಬನ್ನಿರಿ
ಬಾಲರೇ ಬನ್ನಿರಿ
ಬಂದಿದೆ ನಮ್ಮ ರಾಜ್ಯೋತ್ಸವ
ತಂದಿದೆ ಎಲ್ಲೆಡೆ ಉತ್ಸಾಹ
ಕನ್ನಡ ಬಾವುಟ
ಕೈಯಲಿ ಹಿಡಿಯಿರಿ
ಕನ್ನಡ ತಾಯಿಗೆ
ಕೈಯನು ಮುಗಿಯಿರಿ.
ಗೆಳೆಯರು ಸೇರುತ
ಮೆರವಣಿಗೆ ನಡೆಸಿರಿ.
ನಾಡಗೀತೆಯ ನೀವು
ಹಾಡುತ ಕುಣಿಯಿರಿ
ತೈಲಪ ಹೊಯ್ಸಳ
ರಾಜರ ನೆನೆಯಿರಿ.
ಕುವೆಂಪು ಮಾಸ್ತಿಗೆ
ಗೌರವದಿ ನಮಿಸಿರಿ.
ನಮ್ಮಲ್ಲಿ ಒಗ್ಗಟ್ಟು
ಎಂದಿಗೂ ಇರಲಿ
ಪ್ರತ್ಯೇಕತೆಯ ಮಾತು
ಬಾರದೆ ಹೋಗಲಿ

ಕನ್ನಡ ನುಡಿಯ ಕಂಪನು ಎಲ್ಲೆಡೆ ಹರಡೋಣ
ರಾಜ್ಯೋತ್ಸವದ ಅರ್ಥ ಸಾರ್ಥಕ ಮಾಡೋಣ.

ಧ್ಯಾನ

ನಾನು ನಾನೇ ಆದ
ನಾನು ನಾನಾದ
ನಾನು ನಾವಾದ
ನಾನು ನೀ ಆದ
ನಾನು ಅಳಿದು
ನಾ ನೀ ಒಂದಾದ

ಕಾಗ‍ತ್ತಲ ಕಪ್ಪು

ಬರೀ ಕಪ್ಪೇ ಕಪ್ಪು

ಕಾಣದ ದಾರಿ ಕಪ್ಪು

ಅದೋ ಸಣ್ಣ ಬೆಳಕು

ಬೆಳಕು ಸೆಳಕು ಬಳಕು

ಉರಿವ ಧಗೆಯೆಲ್ಲ

ದಾರಿ ದೀಪ ನಂದಾದೀಪ

ಕಿರುದಾರಿ ಅಳಿದು

ಮಹಾದಾರಿ ಎದುರು
ಸಣ್ಣದು ಬೃಹತ್ತು
ಕ್ಷಮೆಯೆಂಬ ಕೈದೀಪ
ಆಸೆಯ ಮೋಹ
ಮಿಣುಕು ಹುಳು
ಸತ್ಯದ ಹುಡುಕಾಟ

ಮನಶುದ್ಧ ತನುಶುದ್ಧ

ಆತ್ಮಶುದ್ಧ ಧರೆಶುದ್ಧ

ಜಗದಗಲ ಮುಗಿಲಗಲ

ಮನದಗಲ ಬಾನಂಗಲ

ಬಯಲಾಗುವ ಕಾಡಾಗುವ

ನದಿಯಾಗುವ ಖಗವಾಗುವ

ಮೃಗವಾಗುವ ಮರಳಾಗುವ

ಮರಳಾಗುವ ಮಗುವಾಗುವ

ನಿಂತ ನೆಲ ಅಚಲ
ಸುಳಿವಗಾಳಿ ಚಂಚಲ
ಹರಿವ ನದಿ ಕೆಸರು
ಕಾಯುವ ತಾಳ್ಮೆ
ತಿಳಿಯಾಗುವ ಪರಿ.

ಮಾಂಗಲ್ಯ

ಆರಂಭದಲ್ಲಿಯೇ ತಲೆಬಾಗಿ
ಅವಮಾನಗಳ ಮೆಟ್ಟಿನಿಂತು
ಮರೆಯಲಾಗದ ನೋವುಗಳನ್ನು
ಬಚ್ಚಿಟ್ಟುಕೊಂಡು ನಗುವ ಮುನ್ನ
ಅಳುವನ್ನು ನುಂಗಿಕೊಂಡು

ಮೌನ ಮತ್ತು ಮಾತುಗಳ,
ಅರಮನೆ ಸೆರೆಮನೆಗಳ.

ಆತಿಥ್ಯವನ್ನು ಅನುಭವಿಸುವ
ಒಂಟಿ ಹೃದಯದ ಕಥೆಗೆ
ಮುನ್ನುಡಿಯೇ ಈ ಮಾಂಗಲ್ಯ

ಕಲ್ಪನೆ

ಕಂಡ ಕೆಲವು ಕಲ್ಪನೆಗಳಲ್ಲಿ
ಹಲವು ನಿನ್ನದೇ
ತೊರೆದು ಹೋದವ
ಕೂಗದಿರು ಬಾರದವ
ನನ್ನ ನಗುವ ನೋಡಿ ನಲಿದವ
ಮತ್ತೊಮ್ಮೆ ನೀ ಬೇಕು
ನನಗಾಗಿ ಬರಬೇಕು...

ನೆನಪಿನ ಬಿರುಗಾಳಿ

ಹೃದಯಕ್ಕೆ ಜೋರಾಗಿ ಅಪ್ಪಳಿಸುತ್ತಿದೆ
ನೆನಪುಗಳು ಎಂಬ ಬಿರುಗಾಳಿ...!

ಗುಡುಗು ಸಿಡಿಲಿನಂತೆ ನೆನಪುಗಳ ಆರ್ಭಟಕ್ಕೆ
ತತ್ತರಿಸಿ ನಡುಗುತ್ತಿದೆ ನನ್ನ ತನು ಮನ...!

ನಿನ್ನ ಮಳೆಯಲ್ಲಿ ನೆನೆಯದಂತೆ ಬಚ್ಚಿಟ್ಟಿದ್ದ
ನನ್ನ ಹೃದಯ ಕರಗಿ ಹೋಗುತ್ತಿದೆ ಇಂದು...!

ಬಾನಿನಿಂದ ಬಿಡದೆ ಸುರಿಯುತ್ತಿರುವ ಮಳೆ
ಕಣ್ಣಿನಿಂದ ನಿಲ್ಲದೆ ಸುರಿಯುತ್ತಿರುವ ಕಣ್ಣೀರು...!

ಮಳೆ ನಿಂತರು ನನ್ನ ಕಣ್ಣೀರು ನಿಲ್ಲದು
ನೀ ಜೊತೆಗಿದ್ದ ಕ್ಷಣಗಳ ನೆನೆದರೆ....!

ನೋವು

ಬೇಡವೆಂದರೂ ನೀನೇ ಬೇಕು
ಎಂದು ಬರುವುದು ನೋವು.
ಸಾಕು ಎಂದರೂ ಬಿಟ್ಟು ಹೋಗದೇ
ಜೊತೆಯಲೇ ಇರುವುದು ನೋವು.

ಬಿಟ್ಟು ಹೋಗಬಹುದು ಒಮ್ಮೆಯಾದರೂ
ದೇಹಕ್ಕೆ ಆದ ನೋವು
ಬಿಟ್ಟು ಹೋಗದೆ ಕೊನೆವರೆಗೂ
ಉಳಿಯುವುದು ಮನಸಿಗಾದ ನೋವು.

ನಲಿವಿನ ಸುಳಿವಿಲ್ಲದೇ ಹಗಲಿರುಳು
ಕಾಡುತ್ತಿದೆ ನೋವು
ಜೀವದ ಪರದಾಟ ಕಂಡು,
ಕೈಬೀಸಿ ಕರೆಯುತ್ತಿದೆ ಸಾವು.

ಆಶ್ವಾಸನೆ

ಸಾವಿರ ಜನುಮ ನಾ ಮರುಹುಟ್ಟಿದರೂ
ಬಯಸುವುದೊಂದೇ

ಅಷ್ಟೂ ಜನುಮದಲ್ಲೂ ನೀನಿರಲೇಬೇಕು
ಈ ಕಣ್ಣ ಮುಂದೆ.

ಯಾರನೇ ಮಾತಾಡಿದರೂ ನಮ್ಮ ಬಗ್ಗೆ
ಬೆನ್ನಹಿಂದೆ
ಹೆದರಬೇಡ,

ಈ ಹೃದಯ ಎಂದೆಂದಿಗೂ ನಿಂದೇ...!

ಸಿಹಿ ನೆನಪು

ಕಣ್ಣುಚ್ಚಿ ಕೂತರೆ ಕಣ್ಣ ತುಂಬಾ ನೀನೇ ಬರುವೆ…
ನನ್ನೆದೆಯ ಕಿಟಕಿ ತೆರೆದು ನೋಡು.
ನನ್ನ ತುಂಬಾ ನೀನೇ ಇರುವೆ…

ಅರೆಘಳಿಗೆ ಕಳೆದುಹೋಗುವೆ
ನೋಡುತಾ ನಿಂತರೆ ನಿನ್ನಯ ಕಣ್ಣನು…
ತುಸು ದೂರ ನಿಂತು ಹೇಳು ಸುಂದರ ಪಿಸುಮಾತನು…

ಸಕ್ಕರೆಪಾಕ ಮೀರಿಸೋ ಸಿಹಿಯಿದೆ ನಿನ್ನ ಮುತ್ತಲಿ…
ಬೆಚ್ಚನೆಯ ಮಜವಿದೆ, ನೆನೆದರೆ ನಿನ್ನೆಸರ ಮಳೆಯಲಿ…

ಓ ಹೆಣ್ಣೇ ನಿನಗೆ ನೀನೇ ಸರಿಸಾಟಿ

ಓ ಹೆಣ್ಣೇ ನಿನಗೆ ನೀನೇ ಸರಿಸಾಟಿ

ತಾಳಿ ಬಿದ್ದೊಡೆ ಕೊರಳೊಳಗೆ
ತಾಳ್ಮೆ ತಂದುಕೊಳ್ಳುವೆ ಎದೆಯೊಳಗೆ

ಮಾತು ಇದ್ದರೂ ಮನದೊಳಗೆ
ಮೌನ ವಹಿಸುವೆ ನಿನ್ನೊಳಗೆ

ಎಷ್ಟೇ ನೋವಿದ್ದರೂ ಒಡಲೊಳಗೆ
ಒಬ್ಬಳೇ ನುಂಗುವೆ ಒಳಗೊಳಗೆ

ಓ ಹೆಣ್ಣೇ ನಿನಗೆ ನೀನೇ ಸರಿಸಾಟಿ....

ವಿಧಿ

ಜನ್ಮ ಕೊಟ್ಟ ತಂದೆ ತಾಯಿಯರಿದ್ದರು
ಅವರ ವಾತ್ಸಲ್ಯ ಮಮತೆ ಸಿಗಲಿಲ್ಲ
ಆಸೆಯಿತ್ತು
ಆಯಸ್ಸಿರಲಿಲ್ಲ.
ಜೀವನ ಇತ್ತು
ಜೀವ ಇರಲಿಲ್ಲ.
ಪ್ರೀತಿ ಇತ್ತು
ಮನದಲ್ಲಿ ಅಡಗಿತ್ತು, ಹೇಳಿದರೂ
ಪ್ರಯೋಜನವಾಗಲಿಲ್ಲ.

ಕರ್ತವ್ಯ ಮುಗಿಸುವಷ್ಟರಲ್ಲಿ
ಕಾಡು ಕರೆದಿತ್ತು
ಕನಸುಗಳು ಮಸಣ ಸೇರಿತು.
ಭಾವನೆಗಳು ಚಿತೆ ಏರಿ ಮಲಗಿದರೆ
ಒಡೆದ ಹೃದಯವು ಮಣ್ಣಲ್ಲಿ ಮಣ್ಣಾಯಿತು.
ಯಮಲೋಕವು ಬಾ ಎಂದು ಕರೆಯಿತು
ಭೂಲೋಕದಲ್ಲಿ ಎನೂ ಉಳಿದಿಲ್ಲದಂತಾಗಿತ್ತು...!

ಕಣ್ಣೀರಿನ ಕಹಾನಿ

ಓ ಎಲೆ ಮಾನವನೇ
ಸುಖದಲ್ಲೂ ನಾ ನಿನ್ನೊಂದಿಗಿರುವೆ
ದುಃಖದಲ್ಲಿ ನಿನ್ನ ಸಂಗಾತಿಯಾಗಿರುವೆ.
ನಾ ಕೇವಲ ಒಂದು ನೀರ ಹನಿಯಲ್ಲ
ನಾ ಭಾವನೆಗಳ ಹೊಸ ಲಹರಿ ತರಿಸುವೆ.

ಒಂದು ಆತ್ಮ ನಿನ್ನನ್ನು ಒಪ್ಪಿ ಅಪ್ಪಿಕೊಂಡರೆ ನಾ

ಮೊದಲು ನಿನ್ನ ಕಣ್ಣಂಚಿಂದ ಖುಷಿಯಾಗಿ

ಹೊರಬರುವೆ.

ಅದೇ ಆತ್ಮದ ದೀಪ ಹಾರಿ ಹೋದಾಗ ನಿನ್ನ ಕಣ್ಣಿಂದ

ದುಃಖದ ಕಂಬನಿಯಾಗಿ ನಾ ಹೊರಬರುವೆ.

ನಾ ಕೇವಲ ನಿನ್ನ ದೇಹದ ಉಪ್ಪು ನೀರಿನ ಅಂಶವಲ್ಲ,

ನಾ ಭಾವನೆಗಳ ಹೊಸ ಲಹರಿ ತರಿಸುವೆ.

ಸಂಭ್ರಮ ಸಂತಸವಿದ್ದಾಗ ನಿನ್ನೊಂದಿಗೆ
ಜನಿವಿರಬಹುದು.

ಆದರೆ ದುಃಖದ ಮಡುವಿನಲ್ಲಿ ನೀ ಇದ್ದಾಗ, ನಾ ನಿನ್ನ
ಜೊತೆಗಿರುವೆ

ನಿನ್ನ ಹೃದಯ ಒಡೆದು ಚೂರಾದಾಗ ನಾ ನಿನ್ನ
ಒಂಟಿತನ ಮರೆಸುವೆ

ನಿನಗೆ ಹೊಡೆತ ಬಿದ್ದಾಗ, ಮೊದಲು ನಾ ಸಂತೈಸುವೆ.

ನೀ ಸಂಪೂರ್ಣ ಕುಗ್ಗಿದಾಗ, ನಾ ನಿನ್ನನ್ನು ಗಟ್ಟಿ
ಮಾಡುವೆ.

ನಿನ್ನ ಜೊತೆ ಯಾರೂ ಇಲ್ಲದಿದ್ದರೂ, ನಾ ನಿನ್ನೊಂದಿಗೆ
ಸದಾ ಇರುವೆ.

ನಾ ಕೇವಲ ನಿನ್ನ ಕಣ್ಣಿಂದ ಹೊರಬರುವ ಸಣ್ಣ ನೀರಿನ
ಹೊಳೆಯಲ್ಲ

ನಾ ಭಾವನೆಗಳ ಹೊಸ ಲಹರಿ ತರಿಸುವೆ.

ನಿನ್ನ ಜೀವನದ ಪಯಣದಲ್ಲಿ ಎಲ್ಲಾ ನಶ್ವರ ಎಂಬ
ಪಾಠ ಕಲಿಸುವೆ

ದುಃಖದ ಪಂಜರದಿಂದ ನಿನ್ನನ್ನು ಹೊರತಂದು ಹೊಸ
ಆಯಾಮದತ್ತ ದಾರಿ ತೋರಿಸುವೆ.

ನಿನ್ನ ಒಂಟಿ ಆತ್ಮಕ್ಕೆ ಜೊತೆ ಕೊಡುವ ನಾನು,

ನನಗೆ ಒಂದು ಸಣ್ಣಾಸೆ ಇದೆ...

ನನಗೆ ಕೊಂಚವಾದರೂ ಬೆಲೆ ಕೊಡುವೆಯಾ?

ನಿನ್ನ ಕೊನೆಯುಸಿರುವರೆಗೂ ನಾ ಶಾಶ್ವತವಾಗಿ

ನಿನ್ನ ಗೆಳಯ ಗೆಳತಿಯಾಗಿರುವೆ.

ಯಶೋಃಗೀತ

ಒಗಟುಗಳು

1.ಕುದುರೆ ಓಡಿತು, ಕುಂಕುಮ ಚೆಲ್ಲಿತು- **ಜರಡಿ, ಅಕ್ಕಿಹಿಟ್ಟು**

2 ಬಿಳಿ ಕಲ್ಲಿನ ಮೇಲೆ ಕರೀ ಕಲ್ಲು. ಎರಡೂ ಕಲ್ಲಿಗೂ ಶಾಸಿವೆ ಗಾತ್ರದ ವಸ್ತು ಬಿದ್ದರೆ ಅದರಿಂದ ನೀರು ಬರುತ್ತದೆ- **ಕಣ್ಣು**

3. ಅಣ್ಣ ಹೋದಲೆಲ್ಲಾ ತಮ್ಮನೂ ಹೋಗ್ತಾನೆ- **ಸೈಕಲ್ ಚಕ್ರಗಳು**

4. ಅಮ್ಮ ಸುಮ್ಮನೆ ಕುಳಿತವಳೆ, ಮಗಳು ಬಿರಬಿರನೇ ಓಡಾಡ್ತಾಳೆ- **ಹಂಡೆ, ಚೊಂಬು**

5. ಅಕ್ಷರವುಂಟು ಲಿಪಿಯಲ್ಲ, ಶಾಸನವುಂಟು ಶಿಲೆಯಲ್ಲ, ಪೈರುಂಟು ಗದ್ದೆಯಲ್ಲ- **ನಾಣ್ಯ** (Coin)

6. ಅಂಗೈಯಗಲದ ರೊಟ್ಟಿ, ಅದಕ್ಕೆ ಸಾವಿರಾರು ಬಗೆಯ ಉಪ್ಪಿನಕಾಯಿ- **ಚಂದ್ರ, ನಕ್ಷತ್ರ**

7. ಅಕ್ಕನ ಮನೆಗೆ ತಂಗಿ ಹೋಗಬಹುದು, ಆದರೆ ತಂಗಿ ಮನೆಗೆ ಅಕ್ಕ ಹೋಗುವಂತಿಲ್ಲ- **ಪಾವು-ಸೇರು**

8. ಬಣ್ಣ ಹಲವು, ಆಕಾರ ಹಲವು, ಆದರೆ ಎಲ್ಲಾ ಗಿಡಗಳಲ್ಲಿಯೂ ನಾನಿರುವೆ. ನಾನ್ಯಾರು- **ಎಲೆ**

9. ಆರು ಗೆರೆಯುಂಟು ಹೀರೆಕಾಯಿಯಲ್ಲ. ಹುಳಿಯುಂಟು ಹುಣಸೇಹಣ್ಣಲ್ಲ. ಹಳದಿಯುಂಟು ನಿಂಬೆ ಹಣ್ಣಲ್ಲ- **ನೆಲ್ಲಿಕಾಯಿ**

10. ಹಸಿರು ಕೋಟೆಯೊಳಗೆ, ಕೆಂಪು ಕೋಟೆ, ಅದರೊಳಗೆ ಕಪ್ಪು ಸೈನಿಕರು- **ಕಲ್ಲಂಗಡಿ ಹಣ್ಣು**

11. ಹಚ್ಚ ಹಸುರಿನ ತೋಟ. ಅಗೆದರೆ ಸಿಗುವುದು ಬೆಳ್ಳಿ ಗೂಟ- **ಮೂಲಂಗಿ**

12. ಕರಿಹೊಲದ ನಡುವೆ ಬಿಳಿ ಹೆದ್ದಾರಿ- **ಬೈತಲೆ** (ಬೋಳು ತಲೆ)

13. ದೊಡ್ಡ ಶರೀರವಿರುವ ನನಗೆ ಚಿಕ್ಕ ಕಣ್ಣು. ನಾನ್ಯಾರು?- **ಆನೆ**

14. ತೊಟ್ಟಿಲಲ್ಲಿರುವ ಮಗು ಶಬ್ದ ಮಾಡಿ ಕಿವಿಯಲ್ಲಿ ಗುಟ್ಟು ಹೇಳಿ, ಮತ್ತೆ ಮಲಗಿತು- **ಮೊಬೈಲ್**

15. ನನ್ನ ಬಣ್ಣ ಕೆಂಪು, ನಾ ನೆಕ್ಕಿದೆಲ್ಲಾ ಕಪ್ಪು- **ಬೆಂಕಿ**

16. ನನ್ನ ಮೈಯೆಲ್ಲಾ ಶ್ವೇತವರ್ಣ, ತಿಂದವರ ಬಾಯೆಲ್ಲಾ ರಕ್ತವರ್ಣ- **ಸುಣ್ಣ**

17. ಹಸಿರು ಬಟ್ಟೆಯಲ್ಲಿ ಅವಲಕ್ಕಿ ಇಟ್ಟಿದ್ದಾರೆ- **ಸೌತೇಕಾಯಿ**

18. ಹುಟ್ಟುತ ಹಸಿರುಂಟು-ಪಚ್ಚೆ ನಾನಲ್ಲ ಬೆಳೆಯುತ್ತಲೆ ಕೆಂಪುಂಟು- ದಾಳಿಂಬೆ ನಾನಲ್ಲ ಮುಪ್ಪಿನಲಿ ಕಪ್ಪುಂಟು- ಕಸ್ತೂರಿ ನಾನಲ್ಲ- **ನೇರಳೆಹಣ್ಣು**

19. ಮೂಲೆಯಲ್ಲಿ ನಿಂತವನೆ ಮುನಿರಾಮಯ್ಯ, ಮುಟ್ಟಿದರೆ ಕುಯ್ಯೋ ಮುರೋ ಅಂತಾನೆ- **ತಂಬೂರಿ**

20. ಎಲೆಗೊಂದ್ಯಾಯಿ, ತಲೆಗೊಂದ್ಯಾಯಿ, ಜಾಣನಿಗೊಂದ್ಯಾಯಿ, ಜಗದೀಶನಿಗೊಂದ್ಯಾಯಿ- **ಉಪ್ಪಿನಕಾಯಿ, ಸೀಗೆಕಾಯಿ, ಪಡವಲಕಾಯಿ, ತೆಂಗಿನಕಾಯಿ**

21. ಕೊಟಾರ ಕೊಂಬೆ, ಮಿಠಾಯಿ ಪೂಟ್ಟ-

ಜೇನುಗೂಡು

22. ಅಂತಕ್ಕನ ಮಗಳು, ಅಂತರದಲ್ಲಿ ಓಡಾಡ್ತಾಳೆ- **ಜುಮಕಿ**

23. ಹರಿಯುವುದು ಹಾವಲ್ಲ, ಕೂಗುವುದು ಕಹಳೆಯಲ್ಲ, ಹೊಗೆ ಉಗುಳುವುದು ಬೆಂಕಿ ಗೂಡಲ್ಲ.- **ರೈಲು**

24. ಊಟಕ್ಕೆ ಕುಳಿತವರು 12 ಜನರು, ಬಡಿಸುವವರು ಇಬ್ಬರು, ಒಬ್ಬನು ಒಬ್ಬರಿಗೆ ಬಡಿಸುವಷ್ಟರಲ್ಲಿ ಇನ್ನೊಬ್ಬನು 12 ಜನಕ್ಕೂ ಬಡಿಸಿರುತ್ತಾನೆ- **ಗಡಿಯಾರ**

25. ಮೋಟು ಗೋಡೆಯ ಮೇಲೆ ದೀಪ ಮಿನುಗುತಿದೆ- **ಮೂಗುತಿ**

26. ನೋಡಿದರೆ ನೋಟ, ನಕ್ಕರೆ ನಗು, ಒಡೆದರೆ ತುಂಡು- **ಕನ್ನಡಿ**

27. ಒಂದು ಮಡಿಕೆ, ಮಡಿಕೆಯೊಳಗೆ ಕುಡಿಕೆ, ಕುಡಿಕೆಯಲ್ಲಿ ಸಾಗರ- **ತೆಂಗಿನಕಾಯಿ**

28. ಸಕ್ಕರೆ ಕಾರ್ಖಾನೆ ತುಂಬ ತುಂಬಿವೆ ಹುಳಗಳು- **ಜೇನುಗೂಡು**

29. ಸಾವಿರ ಕಾಳಿಗೆ ಒಂದೇ ಕಲ್ಲು- **ಚಂದ್ರ ಮತ್ತು ನಕ್ಷತ್ರ**

30. ಸಂತೇಲಿ ಕೆಂಪಣ್ಣ ಕೂತು ಕರೀತಾನೆ- **ಟೊಮೇಟೊ**

31. ಮೂರು ಕಣ್ಣುಳ್ಳವನು, ಊರೆಲ್ಲ ಸುತ್ತಿ ದೇವರ ಮುಂದೆ ಬಂದು ತಲೆ ಚಚ್ಚಿಕೊತಾನೆ- **ತೆಂಗಿನಕಾಯಿ**

32. ಬಿಳಿ ಕೊರಡಿಯಲ್ಲಿ ಕರಿ ಕಳ್ಳನ ಓಡಾಟ- **ಕಣ್ಣು**

33. ಅಜ್ಜನ ಹೊಟ್ಟೆ ಹಿಡ್ಕೊಂಡು ಮೊಮ್ಮಗ ನೇತಾಡ್ತಾನೆ- **ಗೇರು ಬೀಜ (ಗೋಡಂಬಿ)**

34. ಬಡಗಿ ಮಾಡಿದ ಬಂಡಿಯಲ್ಲ, ಮನುಷ್ಯ ಮಾಡಿದ ಯಂತ್ರವಲ್ಲ, ಒಂದು ನಿಮಿಷವೂ ಪುರುಸೊತ್ತಿಲ್ಲ- **ಭೂಮಿ**

35. ಭೂಮಿಯೊಳಗೆ ಬೇರು, ಮೇಲ್ನೋಡಿದರೆ ಚೆಂಡು, ಕೂದಲು ನೋಡಿದರೆ ಎಲೆ- **ಹೂಕೋಸು**

36. ಬೆಟ್ಟದ ಮೇಗಣ ಹೆಣ್ಣು, ಅವಳು ಉಟ್ಟಿರೋದು ಹಸಿರು-ನೀಲಿ ಬಣ್ಣದ ಸೀರೆ, ಪ್ರತಿ ನೆರಿಗೆಯಲ್ಲೂ ಒಂದೊಂದು ಕಣ್ಣು. ಅದನ್ನು ಎಣಿಸಿದವರಿಗೆ ಸಾವಿರ ಹೊನ್ನು- **ನವಿಲು**

37. ಗೂಡಿನಲ್ಲಿದ್ದ ಪಕ್ಷಿ ನಾಡೆಲ್ಲ ನೋಡುತ್ತದೆ- **ಕಣ್ಣು**

38. ಕಾಸಿನ ಕುದುರೆಗೆ ಬಾಲದ ಲಗಾಮು- **ಸೂಜಿ ದಾರ**

39. ಎಲೆ ಇಲ್ಲ, ಸುಣ್ಣ ಇಲ್ಲ, ಬಣ್ಣವಿಲ್ಲ ತುಟಿ ಕೆಂಪಾಗಿದೆ, ಮಳೆಯಿಲ್ಲ, ಬೆಳೆಯಿಲ್ಲ ಮೈ ಹಸಿರಾಗಿದೆ- **ಗಿಳಿ**

40. ಮನೆ, ಮನೆಗೆರಡು ಬಾಗಿಲು, ಎತ್ತ ನೋಡಿದರೂ ಬಾಗಿಲಿಲ್ಲ. ಇದು ಏನು?- **ಮೊಟ್ಟೆ**

41. ಅಂಗಳದಲ್ಲಿ ಹುಟ್ಟೋದು, ಅಂಗಳದಲ್ಲಿ ಬೆಳೆಯೋದು, ತನ್ನ ಮಕ್ಕಳ ಹಂಗಿಸಿ ಮಾತಾಡುವುದು. ಇದು ಏನು?- **ಕೋಳಿ**

42. ಹಸಿರು ಹಾವರಾಣಿ, ತುಂಬಿದ ತತ್ರಾಣಿ, ಹೇಳದಿದ್ದರೆ ನಿಮ್ಮ ದೇವರಾಣೆ- **ಕಲ್ಲಂಗಡಿ ಹಣ್ಣು**

43. ಮೊಟ್ಟೆ ಒಡೆಯೋ ಹಾಗಿಲ್ಲ, ಕೊಡ ಮುಳುಗಿಸೋ ಹಾಗಿಲ್ಲ. ಬರಿ ಕೊಡ ತಗೊಂಡು ಬರೋ ಹಾಗಿಲ್ಲ- **ತೆಂಗು**

44. ಕಡಿದ್ರೆ ಕಚ್ಕೋಕೆ ಆಗಲ್ಲ, ಹಿಡಿದ್ರೆ ಮುಟ್ಕೋಕೆ ಸಿಗೋಲ್ಲ- **ನೀರು**

45. ಅಬ್ಬಬ್ಬ ಹಬ್ಬ ಬಂತು, ಸಿಹಿ ಕಹಿ ಎರಡು ತಂತು- **ಯುಗಾದಿ**

46. ಹುಟ್ಟುತ್ತಲೇ ಹುಡುಗ, ತಲೆಯಲ್ಲಿ ಟೋಪಿ ಹಾಕುತ್ತೆ- **ಬದನೆಕಾಯಿ**

47. ಸಾಗರ ಪುತ್ರ, ಸಾರಿನ ಮಿತ್ರ- **ಉಪ್ಪ**

48. ಸಾವಿರಾರು ಹಕ್ಕಿಗಳು, ಒಂದೇ ಬಾರಿಗೆ ನೀರಿಗಿಳಿಯುತ್ತವೆ- **ಅಕ್ಕಿ**

49. ಕಣ್ಣಿಲ್ಲ, ಕಾಲಿಲ್ಲ, ಆದರೂ ಚಲಿಸುತಿದೆ ಯಾವುದು ಎಲ್ಲಿದೆ ಬಲ್ಲಿದನ ಹೇಳಿರಲು- **ನದಿ**

50. ಹೊಂಚು ಹಾಕಿ ದೆವ್ವ, ಬೇಡ ಬೇಡ ಎಂದರೂ ಜೊತೆಯೇ ಬರುತ್ತೆ- **ನೆರಳು**

51. ಹೊಕ್ಕಿದ್ದು ಒಂದಾಗಿ ಹೊರಟಿದ್ದು ನೂರಾಗಿ- **ಶ್ಯಾವಿಗೆ**

52. ಮರನು ಮರನೇರಿ ಮತ್ತೆ ಮರನೇರಿ ಬಸವನಾ ಕತ್ತೇರಿ ತಿರುಗುತ್ತದೆ- **ಗಾಣ**

53. ಕೈಲಿದ್ದಾಗ ಗುಡಿಸಾಡುತ್ತೇನೆ, ಕೈ ಬಿಟ್ಟಾಗ ಗೊರಕೆ ಹೊಡೆಯುತ್ತೇನೆ- **ಕಸಪೊರಕೆ**

54. ಗಿಡ ಕೊಡಲಾರದು, ಮರ ಬೆಳೆಸಲಾರದು, ಅದಿಲ್ಲದೆ ಊಟ ಸೇರಲಾರದು- **ಉಪ್ಪ**

55. ನೀರಿಲ್ಲದ ಸಮುದ್ರ, ಜನರಿಲ್ಲದ ಪಟ್ಟಣ, ಸಂಚಾರವಿಲ್ಲದ ಮಾರ್ಗಗಳು ಎಲ್ಲಿ- **ನಕ್ಷೆ** (Map)

56. ಮೇಲೆ ನೋಡಿದರೆ ನಾನಾ ಬಣ್ಣ, ಉಜ್ಜಿದರೆ ಒಂದೇ ಬಣ್ಣ- **ಸಾಬೂನು** (Soap)

57. ನಾನು ತುಳಿದೆ ಅದನ್ನ, ಅದು ತುಳಿಯಿತು ನನ್ನನ್ನ-
ನೀರು

55

***

Notes

Also by the author

Non-fictional Mysteries of Internet and other conspiracy Theories

ಜೀವನ: ಒಂದು ಪಾಠವೋ, ಅಥವಾ ಶಿಕ್ಷೆಯೋ?

Fictional

The Love Research

ಕಾಲಾವಲೋಕನ

The gist of life: from 6 to 60 years

***